NAME : _______________________________

PHONE: _______________________________

ADDRESS : _______________________________
____
____

EMAIL : _______________________________

BIRTHDAY DATE : _________/_______/_________

BEST TIME TO CALL : _______________________

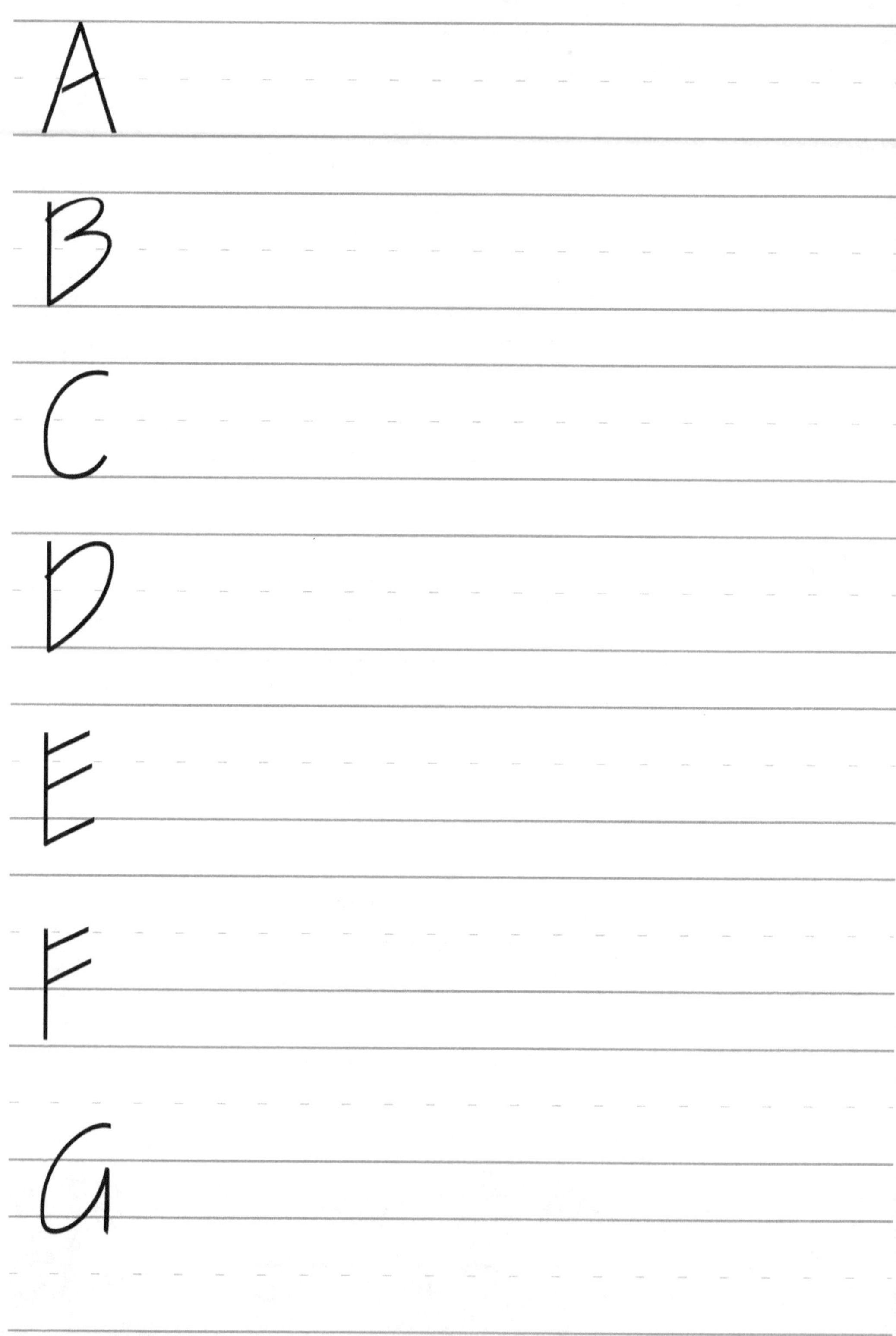
A
B
C
D
E
F
G

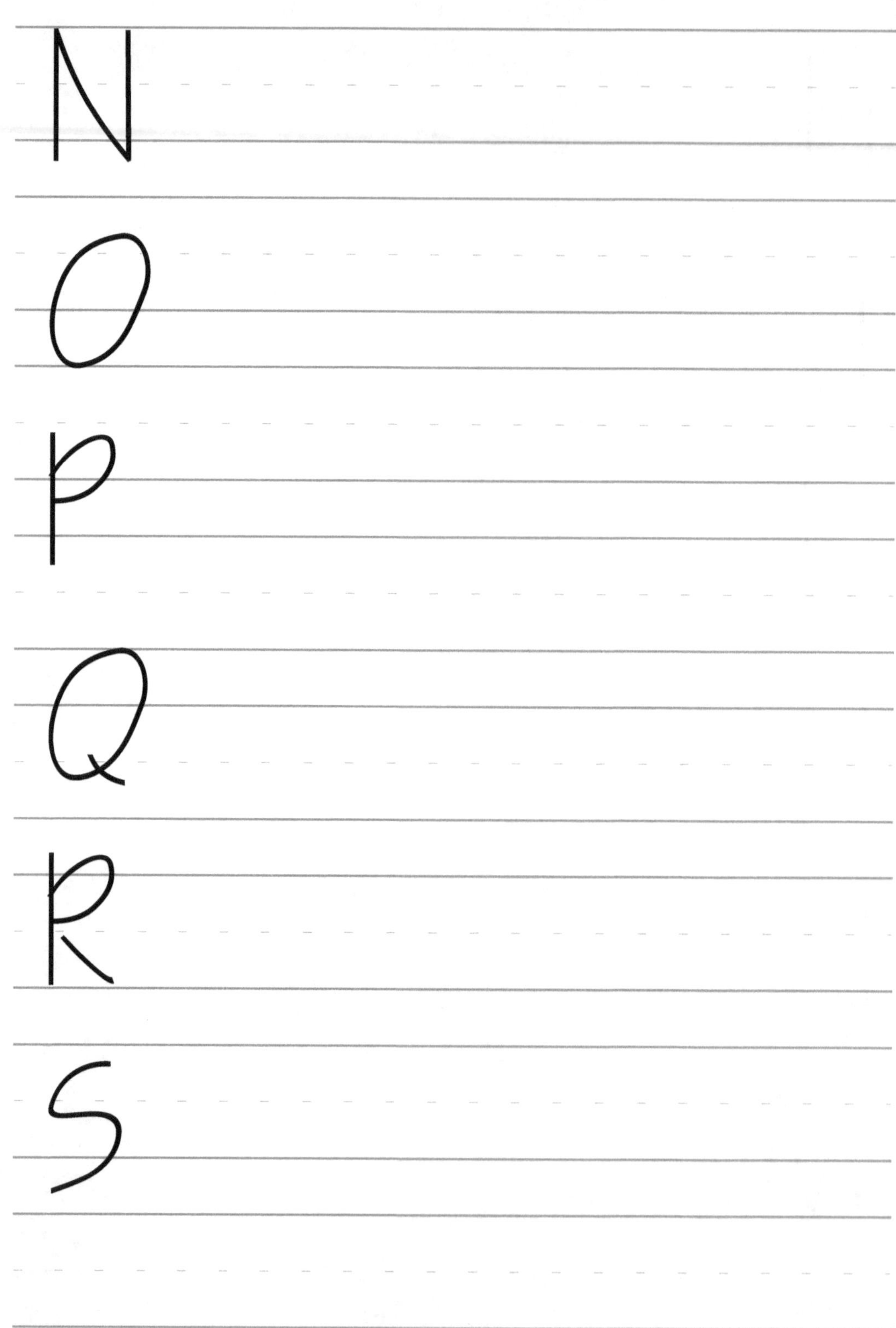
N
O
P
Q
R
S

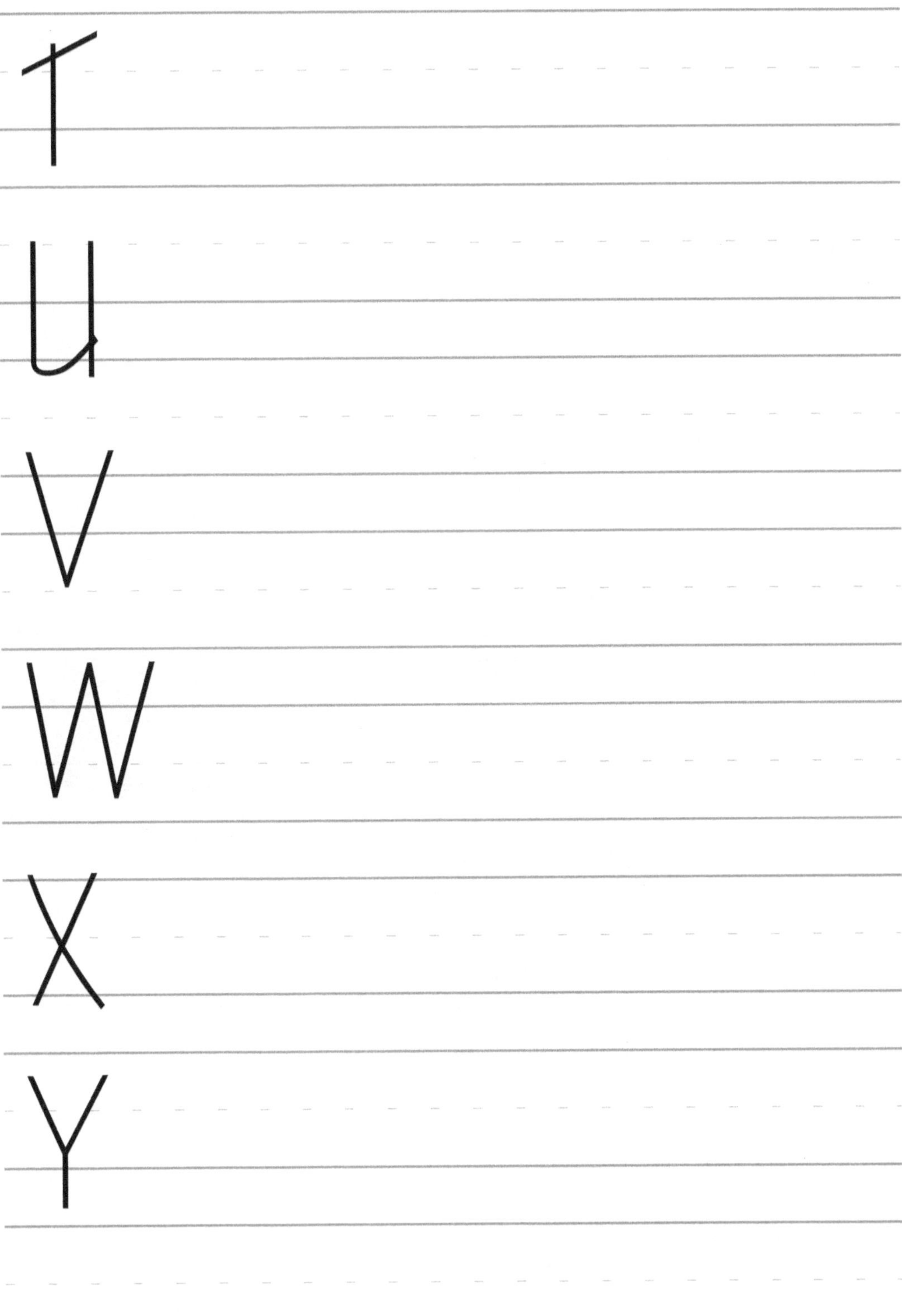

Z